ஒரு செடியில் பல பூக்கள்

பொன்.கலையரசன்

ஏலே பதிப்பகம்

ஒரு செடியில் பல பூக்கள் – கவிதை
© அன்னக்கிளி பொன்னரசன் 2021
எழுத்தாளர் : பொன்.கலையரசன்
முதல் பதிப்பு : டிசம்பர் 2021

வெளியீடு:
ஏலே பதிப்பகம்
5/175, பாத்திமா நகர்,
கூத்தென்குழி,
திருநெல்வேலி – 627104
தொடர்புக்கு: 9944992571

Oru Setiyil pala pookkal - Poetry
All Copy Rights Reserved By © Annakkili Ponnarasan 2021
Author : Pon Kalaiarasan
First Edition : December 2021

Published By:
Aelay Publish
5/175, Fathima nagar,
Kuthenkuly,
Tirunelveli -627104
Phone: 9944992571

Design And Executed by

ISBN : 978-93-5533-313-1
Page : 135

முன்னுரை

பார்க்கும் இடமெல்லாம் கவிதை தான். நம் எதிரே நின்று பேசும் ஒவ்வொரு மனிதனின் சொற்களிலும் கவிதை எழுதலாம். நாம் செல்லும் ஒவ்வொரு பயணத்திலும் ஏராளமான கவிதை பூக்களாம். எனவே இதிலிருந்து சொல்லவருவது என்னவென்றால் கவிதை எளிதே.

காதலியிடம் காதலை சொல்ல நிற்கும் காதலன் போல் உணர்கிறேன் இந்த முன்னுரை எழுதுவதற்கு சில தயக்கங்களுடனும் கொஞ்சம் பெருமையுடனும். தயக்கம் எதற்கென்றால் நான் கவிதை எழுதியுள்ளேன் அல்லவா அதனால். பெருமை எதற்கென்றால் நானும் கவிதை எழுதியுள்ளேன் அல்லவா அதனால். இந்தத் தொகுப்பில் எழுதியுள்ள அனைத்து காதல் கவிதைகளும் சிறிது எனதாக இருப்பினும் அதுவும் மெய்யில்லை பொய்யே.

துன்பத்தின் செயல்களும் அதன் தூண்டல்களும் எளிமையாக அடிமையாக்கி விடுகிறது நம் மனதை. எனவே துன்பத்திற்கு எதிராகப் புரட்சி மேற்கொண்டால் தான் துன்பத்தை நம்மால் வெல்ல முடியும். என்னால் முடிந்த சில கவிதைகளை ஆயுதமாகத் தந்துள்ளேன் நிச்சயம் புரட்சிக்கு உதவும் என நம்புகிறேன்.

நான் கண்ட சில இயற்கை அதிசயம், சில வாழ்க்கை நிகழ்வுகள், சில எதார்த்த செயல் போன்றவற்றை அடிப்படையாகக் கொண்டு ஹைக்கூ கவிதைகளை எழுதியுள்ளேன். எனக்குக் கிடைத்த நண்பர்கள் அவர்களோடு வாழ்ந்த அனுபவத்தைக் கொண்டு சிலவற்றை பகிர்ந்துள்ளேன்.

இந்தக் கவிதை தொகுப்பு காதல், இயற்கை, எதார்த்த வாழ்க்கை நிகழ்வுகள் மற்றும் சில ஹைக்கூ என அனைத்து விதமான தலைப்பையும் கொண்டு அமைந்துள்ளது. அன்றாட வாழ்வில் பயன்படுத்தும் சொற்களையும், எளிமையான வார்த்தைகளையும் கொண்டே இத்தொகுப்பை எழுதியுள்ளேன்.

மகிழ்வுடன்

பொன்.கலையரசன்

தமிழே நீயே தாயே

தமிழ் என்ற மொழி
அது மொழி அல்ல
தமிழர்களின் இரு விழி !

பேசுகின்ற சொற்கள் எல்லாம்
சொற்கள் அல்ல
அது சிந்தும் தேன்கள் !

எழுதும் எழுத்துக்கள் எல்லாம்
எழுத்துக்கள் அல்ல
அது அழகிய முத்துக்கள் !

மொழிகளுக்கு எல்லாம்
விதைகளைத் தூவிய
தமிழ் மொழி அது
செம்மொழி !
மூத்தமொழி !
எங்கள் தாய்மொழி !

தாய் போலத் தமிழே
இரண்டுமே எங்கள் உயிரே !

புத்தாண்டு

பூத்த புது வருடம் பூவைப் போல்

புதுமையாக இருக்க வேண்டும்!
அதில் வண்டுகளின் வருகையைப் போல்

இன்பங்களின் வருகை இருக்க வேண்டும்!
பின்பு சேர்த்து கோர்த்த மாலைபோல்

நல்லவர்களின் நட்பைக் கோர்க்க வேண்டும்!
பிறகு பெண்ணின் கூந்தலை சேர்வது போல்

வாழ்க்கை வெற்றிடத்தில் செல்ல வேண்டும்!
இறுதியில் கூந்தலிலிருந்து எறிவது போல

தீய எண்ணம் மனதிலிருந்து ஒழிய வேண்டும்!
புது ஆடையைப் போல் புது ஆண்டும்

புதிதாக அணிய வேண்டும்!

பொங்கலோ பொங்கல்

ஒரு நாள்போல் மறுநாள் இல்லை
அந்த மறுநாள் துன்பம் இல்லை
அது திருநாள் அதுவும் பொங்கலானால்!

வருடம் முழுதும் பண்டிகை இல்லை
வந்து தலைகாட்டாமல் போனதில்லை
வந்தது பொங்கல் நம் நாட்காட்டியால்!

செங்கல் இல்லாமல் கட்டிடம் இல்லை
பொங்கல் இல்லாமல் தமிழகம் இல்லை
பொங்கும் பொங்கல் நம் அனைவரால்!

போகியால் அங்கே மார்கழிக்கு எல்லை
முடிந்தது மார்கழி மட்டுமில்லை
முடிந்தது சில அழுக்குகள்பற்றிய நெருப்பால்!

பிறந்தது குழந்தை தைப் பிள்ளை
கதிரவனை சந்திக்காமல் அந்நாள் இல்லை
கஷ்டங்கள் இனிக்கிறது எங்கும் கரும்பால்!

ஆவிற்கு பிறந்தநாள் கொண்டாட யாரும் தவறியதில்லை
இதுபோல் உன்னைத் தெய்வமாகப் பார்த்ததில்லை
ஆண்மையை சோதிக்க வாய்ப்பு ஒன்று ஜல்லிக்கட்டால்!

காணும் பொங்கல் அன்று விளையாட்டுக்குப் பஞ்சமில்லை
சுற்றத்தார்களிடம் உணவுகளைப் பரிமாறாமல் போனதில்லை
இந்த நான்கு நாட்களும் எங்களுக்குப் போதவில்லை!

காது அணி

கடவுளை தரிசிக்க சிலர்
பெண்களை தரிசிக்க சிலர்
மொய் பணம் தரிசிக்க அவன்
எவன்?
விழாக்காரன்!
கூட்டம் அலைமோத
பறை சத்தம் காது கிழிய
பதற்றத்துடன் நிற்கிறது ஆடு!
அய்யனார் கையில் இருந்த வேல்
அதனால் அய்யனாரென மிதப்பில்
ஆடு வெட்டுபவன் ஓங்கினான்
பயத்தில் கையால் முகத்தை மறைத்த பெண்கள்
விளையாட்டு எனக் கைத்தட்டி இரசித்த சிறுவர்கள்
இப்படி பல நிகழ்வுகள் மத்தியில்
அந்த ஆட்டின் உதிரம் வெள்ளமாக ஓடியது
அதில் ஈக்கள் நடமாடி கொண்டிருந்தது
பிறகு பரபரப்பாக இருந்த அவ்விடம் அமைதி!
ஏனெனில்,
திசை மாறியது கூட்டம்
தீரும் நிலையில் உள்ள சாப்பாட்டு இடத்திற்கு!
இவை அனைத்தும் இலக்கணத்தில் சேர்க்கப்படாத
ஒரு அணி
இது காதணி!

ரௌத்திரம் பழகு

பருவம் பூக்கும் முன்
பாலியல் நம் கண்முன்
கோபம் கொள் வருமுன்!

பெண்மையை மதிக்காத ஆண்மை
அது மிக மிகத் தீமை
ரௌத்திரம் இங்கு அருமை!

நட்பு என்ற பெயரில்
காமம் செய்கிற அவனில்
காக்காமல் கோபம் கொள் நொடியில்!

சாதி பெருமை பேசுபவன்
சவுக்கால் அடி விளாசியவன்
ரௌத்திரம் பழகியவன்!

கருப்பை எதிர்க்கும் அவனோ
கண்விழி கருப்பு தானோ
பிடுங்கி வீசுவேன் கோபத்தில் நானோ!

ரௌத்திரம் ஆத்திரம் ஒன்றே
பழகிப் பார் என்றும் நன்றே
உரைத்தார் மகாகவி அன்றே!

பாரதியின் பிம்பமே

தெருவில் பூ விற்கும்

பெண்ணையும் !
மூத்திர சந்தில் இட்லியும் சால்னாவும் விற்கும்
பெண்ணையும் !
ஆர்வமாகப் பள்ளி கல்லூரிக்குப் போகும்
பெண்ணையும் !
விதவை என்றாலும் தைரியத்துடன் வாழும்
பெண்ணையும் !
அடக்குமுறை செய்தாலும் அடங்க மறுக்கும்
பெண்ணையும் !
ஆணுக்கு நிகராகவும்
ஆண்களைத் தாண்டியும்
அடிமை செங்கலை உடைத்து
அதிகாரத்தில் இருக்கின்ற
பெண்ணையும் !
ஒவ்வொரு முறை பார்க்கும் போதும்
அவர்கள் முகம் மறைந்து
கருப்பு மீசையும்
வெள்ளை நிற தலைப்பாகையும் கொண்ட
பாரதியாரின் முகமே தெரிகிறது !

பிரிதலும் அக்காவும்

நம் வீட்டில்
நம் தோட்டத்தில்
நம் பார்வையில்
நம் ஆசையில்
நாம் நட்டுவைத்ததில்
உரம் போட்டதில்
நீர் ஊற்றியதில்
முள் வேலி அமைத்து
நம் பாதுகாப்பில்
நம் அரவணைப்பில்
வளர்த்தெடுத்த

அந்த பூ !
திடீரென்று
ஒரு நாள்
நம்மாலே
நம் கண் முன்னே
நாமே பறித்து
ஒருவருக்கு
பரிசாய் தருகிறோம்
தம்பிகள் ஆகிய நாம்
அக்கா என்கிற
அன்பு என்கிற

அந்த பூவை !

ஒரு பெண்ணின் ஆசை

குடும்பமே பதறியது
அவளுக்குப் பிரசவ வலி
கத்தினாள் துடித்தாள்
மருத்துவமனையில்.
ஒரு பக்கம் கணவன்
மறுபக்கம் அவள்
தாயும் தந்தையும்
இன்னொரு பக்கம் அவள்
உறவினர்கள்.
இத்தனை நிகழ்வுக்குப்
பின்னர்
அனைவரும் மகிழ்ந்தனர்
குழந்தையின் அழுகை
கேட்டு.
கொஞ்ச நேரம் கழித்து
ஜன்னல் ஓரம் பார்த்தாள்
ஒரு செடி
மொட்டிலிருந்து
பூக்க தொடங்கியது
அதிசயமாய் பார்த்தாள்
பிறகு வேண்டிக்கொண்டாள்
அடுத்த ஜென்மத்தில்
பூவாய் வலி இல்லாமல்
குழந்தை பெற்றெடுக்க !

இப்படியும் வாழ்க்கை

விலைமாதுக்களின்
வாழ்க்கையானது
விலை வைத்தே
நகர்கிறது
வயதுக்கு ஏற்ப
வசதிக்கு ஏற்ப
எனவே அதை வைத்துப்
பாதுகாத்துக் கொண்டால்
வாழ்க்கையையும்
குடும்பத்தையும்
கற்பை தவிர !

ஒரு செடியில் பல பூக்கள்

எதார்த்தமாய்
சில

புத்தகம் புகு

இந்துக் கோவில் கட்டினால்
இந்துக்கள் மட்டுமே
வழிபடுவார்கள்!

கிறிஸ்தவ கோவில் கட்டினால்
கிறிஸ்தவர்கள் மட்டுமே
வழிபடுவார்கள்!

அல்லா கோவில் கட்டினால்
முஸ்லிம்கள் மட்டுமே
வழிபடுவார்கள்!

ஆனால்,
நூலகம் கட்டினால்
மூவருமே வழிபடுவார்கள்
புத்தகத்தை!

மரமும் அவனும்

வெட்டிய மரம் இரத்தம் சொட்டவில்லை
வெட்டிய மரம் அழவும் இல்லை
வெட்டிய மரம் கோபம் கூடக் கொள்ள வில்லை
எனவே வெட்டினான் வெட்டினான்
வெட்டிப் பையன் மரத்தை வெட்டினான்
வியர்வை கொட்ட கொட்ட வெட்டினான்
வெட்டிவிட்டு மூச்சு வாங்கினான்
உள்ளே இழுத்தும் வெளியே விட்டும்

அங்கே அவன் விட்டு வைத்த ஒரு மரத்தால் !
அதுவரையில் ஆடாமல் அசையாமல்
அவனையே நோக்கி இருந்த அம்மரம்
மெல்லமாக இலைகள் அசைய தொடங்கின
அது காற்றால் அப்படி ஆட வில்லை
அவன் வாங்கிய மூச்சுக்கு மரத்தின்
செல்லமான நக்கல் சிரிப்பு !

நன்றி

நண்பர்களிடம் பரிமாற வேண்டாம்

இருந்தாலும் அது நம்மைத் தாண்டி வருமாம்
உதவி என்ற சொல்லுக்கு உணர்வாம்
உதவியனுக்கு அது கிடைத்தால் பரிசாம்
அது ஒரு உருவமற்ற கடவுளாம்
அதற்கு உண்டு பெரிய மரியாதையாம்

அது தான் நன்றி ஆம்!

உங்களுக்குமா ?

ஒவ்வொரு நாளும்
நகமும் வளர்கிறது
முடியும் வளர்கிறது
இன்பமும் வளர்கிறது
துன்பமும் வளர்கிறது
அறிவும் வளர்கிறது
ஏன்?
ஆசை கூட வளர்கிறது
இதை எழுதிவிட்டு
உட்கார்ந்து இருந்த நான்
எழலாம் என்றால்
தான் தெரிய வந்தது
வயதும் வளர்கிறது
என்று !

தீராத ஏழ்மை

சின்ன வயதில்
சித்திரம் வரைகையில்
பெரும்பாலும் வரைந்தது
ஒரு வீடும்
ஒரு சூரியனும்
நீல மேகமும்
பல பறவையும்
பச்சை நிற புல்லும்
ஆகும்.
இன்று இப்பொழுது
மேலே பார்த்தால்
சூரியனும் உண்டு
மேகமும் உண்டு
பறவையும் உண்டு
கீழே பார்த்தால்
புல்லும் உண்டு
ஆனால் வீடு தான்
இல்லை
அன்று வரைந்த
அதே குடிசையில்
அமர்ந்தே
இவற்றை எழுதுகிறேன்.

நகரம்

சாலைகளில்

அதுவும் நகரங்களில்
தேடி போய்ப் பார்த்தாலும்
அலைந்து திரிந்து பார்த்தாலும்
அதிசயமாய் எதுவும்
இருக்காது
அங்கே
இரு பக்கங்களும்
கடைகளாலும்
கட்டிடங்களாலும் தான்
அமைந்திருக்கும்
ஆனால் நீங்கள்
தேடியதோ
வயல்களையும்
வரப்புகளையும்

எப்படி இருக்கும் !

கேடுகெட்ட புத்தி

மனிதனின் புத்தி
மோசமான ஒன்றாகும்
இல்லை பலவாகும் !
பொய்
பொறாமை
காமம்
ஏமாற்றம்
ஆசை, கோபம்
திமிரு, தெனாவட்டு
என்பனவாகும்
எனவே அதிசயமாய்
உள்ளது எனக்கு
ஒரு மனிதன் மனதில்
இவ்வளவு மாசுபாடு
என்றால்
எப்படி உலகம்
இன்னும் அழியாமல்
உள்ளது
ஆச்சரியம் தான் !

கொத்தட்டும் கொத்தட்டும்

கொத்து கொத்தாகக்
காய்த்த கனி களையெல்லாம்
கொத்தி கொத்தி
சுவைக்கிறது

பறவைகள் !
பாவம் என்ன செய்ய
அதற்கும் பசி
உண்டல்லவா !

அழகே

உண்மையில்
விட்டு விட
முடியயவில்லை !
ஏனோ
தெரியவில்லை !
அழகான இந்த
பூக்களை !
பார்த்துக்கொண்டே
தான் இருக்கிறேன்
அழகுக்கு ஏது
வேலி !

நட்பியல்

அந்த நாட்களை
எப்படி மறக்க
முடியும்
மறப்பதற்கு
அது என்ன
தேர்வுக்குப் படித்த
பதிலா?
இல்லை
அவை எல்லாம்
தேர்வில்
இடம்பெற வேண்டிய
முக்கிய
கேள்வி பதில்கள்.
ஏனென்றால்
நம் கல்லூரி
வாழ்க்கை என்பது
வாழ்க்கை மட்டுமல்ல
அவையெல்லாம்
கல்வெட்டில்
பதிக்க வேண்டிய
வரலாறு ஆகும்.
இன்றும் கூட
நான் சவால்
விடுகிறேன்
எங்கள் உதிரத்தில்
தேநீரும்
இதயம் முழுதும்
நினைவாகவே
பதிந்திருக்கும்.

நிச்சயம்
எங்கள் வீட்டின்
பாதி சொத்து
அழிந்ததற்கு காரணம்
அந்த டீக்கடையே.
அதைச் சேர்த்து
வைத்திருந்தால்
இன்று ஒரு
தொழிலதிபராக
ஜொலித்திருக்கலாம்
இன்று அதுவும்
இல்லை.
நன்றாகப் படித்திருந்தால்
வேலைக்குச் சென்றிருக்கலாம்
குறிப்பு :நல்ல வேலை.
இல்லை என்றால்
ஒரு பெண்ணிடம்
பேசியிருந்தால்
காதலன் என்ற
பட்டமாவது
கிடைத்திருக்கும்
என்ன செய்ய
நம் முன் வினை
செய்த வினையா
எனத் தெரியவில்லை
அதற்கு கூட
வக்கில்லை நமக்கு.
சரி அப்பொழுது தான்
அப்படி இருந்தோம்
இன்றாவது திருந்தினோமா?
இன்றும் கூடத்
தொலைபேசியில்

பேசும்போது
புலப்படும் கூற்று
மச்சா
பெங்களூரா? கேரளாவா?
மாப்ள
கோவாவா? பாண்டிச்சேரியா?
எதையாவது சொல்லுங்கடா
என்று சொல்லும்போதே
ஒருவன் கூறி விடுகிறான்

அன்னைக்கு வேல இருக்குடா !
இன்னொருவன்

அவ்ளோ தூரம் எதற்கு !
மற்றொருவன்

வீட்ல கேக்கனும்டா !
என்று சொல்லச் சொல்ல
எனக்குத் தெரிந்து விட்டது
கடைசி வர நமக்கு
டீக்கடை தான்
என்று.

நண்பனுக்கு

நண்பன் சிகரெட்
பிடிக்கும்போதெல்லாம்
அவன் தந்தை
என் கையைப் பிடித்துப்
பார்த்துக்கப்பா
எனக் கூறிய
வார்த்தை தான்
கண் முன்னே
வருகிறது !

நட்பு

தயக்கம் இல்லா
வட்டம் என்றால்
நட்பின் கூட்டமே.
கடவுளும் பேசுவோம்
கவர்ச்சியும் பேசுவோம்
தத்துவமும் பேசுவோம்
தருதலையாய்
எப்படி எல்லாம் போகலாம்
என்றும் பேசுவோம்
நட்பு தருகிற உறவு
என்னவென்றால்
அவனுக்கு
அக்காவும் இல்லை
தங்கையும் இல்லை
ஆனால்
நட்பால்
ஆகி விடுகிறான்
மச்சானாகவும்
மாமனாகவும்
மற்றும்
மாப்பிளையாகவும்.

இயற்கை எய்தினார்

பலருக்கு ஏற்படும்
துயரமே
எதிர்பாராமல் தான்
நடக்கும் மரணம்
ஆம்
நண்பனின் தந்தைக்கு.
ஆறுதல் சொல்ல
ஆண்டவனாலும்
முடியாது
என்னால் மட்டும்
எப்படி முடியும்
சட்டென
என் மனதில்
எழுந்தது
தைரியமா இருடா
என்று சொல்வதற்கு.
அன்றிலிருந்து
திருமணம் செய்யாமலே
தந்தையாக
மாறியிருக்கிறேன்
அவனுக்கு மட்டும்.

நன்றி அஞ்சலி

ஆசையாக
வளர்த்து வந்த
நாய்
இறந்து போனபிறகு
தான் தெரியவந்தது
நன்றியோடு
வாழ்ந்தால்
நிச்சயம்
நான்கு பேர்
கண்ணீர்
சிந்துவார்கள்
என்று.

நிறைவேறினால் அதிசயமே

நினைத்து நினைத்துப் பார்த்தாலும்
நினைக்காமல் ஒதுங்கிப் போனாலும்
பின் தொடர்ந்தே வருகிறது
நிறைவேறா ஏக்கங்கள் !

உலகம் முழுவதும் பொம்மைகளாலும்
எல்லா இடமும் மிட்டாய்களாலும்
மாற வேண்டும் என்பது
குழந்தையின்போது
நிறைவேறா ஏக்கம் !

பாடம் மறந்து வெயிலில் எரிந்து
தெரு தெருவாக விளையாடி
அதட்டாத அம்மா அமைவது
சிறு வயதின்போது
நிறைவேறா ஏக்கம் !

காதலில் விழுந்து
காதல் வாழ்க்கை அனுபவிக்க
கல்லூரி காலத்தின்போது
நிறைவேறா ஏக்கம் !

படித்தவுடன் வேலை
கை நிறைய சம்பளம்
கல்லூரி முடித்தபோது
நிறைவேறா ஏக்கம் !

காதலித்த பெண்
அவளுடனே வாழ்க்கை
திருமணத்தின்போது
நிறைவேறா ஏக்கம் !

சொல்வதை கேட்கும் பிள்ளை
கேட்டதை வாங்கி தரும் தந்தை
தந்தை ஆனபோது
நிறைவேறா ஏக்கம் !

நிம்மதியான வாழ்க்கை
பேரக்குழந்தையுடன் விளையாட்டு
கடைசியாக
நல்ல சாவு
மனிதரில் பலருக்கு
இது நிறைவேறாத ஏக்கமே !

பிச்சை

பெரும்பாலும் எங்கும்
இருக்கிறார்கள்
கோவிலுக்குச்
சென்றாலும் சரி
சாலையில்
நடக்கையில் சரி
பேருந்து
நிலையங்களிலும் சரி
எங்கும்
இருக்கிறார்கள்.
அவர்களாவது
பரவாயில்லை
மனம் விட்டுக்
கேட்டுவிடுகிறார்கள்
சாப்பிட்டு நாலு நாள்
ஆவது
ஏதேனும் பணம்
போடுங்கள் என்று
அவர்கள் உண்மையிலே

தைரியசாலிகளே !
ஏனென்றால் அவர்கள்
கேட்பதோ என்னிடத்தில்
ஒரு டீக்கு கூட
யோக்கியம் இல்லாத நான்
யாரிடம் சொல்லிப்
புலம்புவது.

இருந்தாலும்
என்றோ பாக்கெட்டில்
போட்டு வைத்த
ஐந்து ரூபாய்
கொடுத்து விட்டு
தயக்கத்துடனே
கிளம்பினேன்
அவ்விடத்தில்.

தனிமை ஒரு போதை

கேளுங்கள்

நேரம் இருந்தால்,
பிறக்கும் குழந்தை
இறக்கும் முதியோர்
ஏழை குடும்பம்
ஒதுக்கி வைத்த சேரி
காதலர்கள் இல்லாத கடல்
யாரும் பறிக்காத பூக்கள்
கிளைகள் இல்லாத மரம்
நெருங்க முடியாத சூரியன்
காதல் உற்ற இளைஞன்
பருவம் அடைந்த சிறுமி
படித்து முடித்த புத்தகம்
இரவில் நடக்காத பாதை
பகலில் எரியாத தெருவிளக்கு
பனித்துளி இல்லாத புல்
வண்டுகள் இல்லாத பூ
அலை போனபின் கரை
நேரம் இருந்தாலோ
விருப்பம் இருந்தாலோ
வாய்ப்பு கிடைத்தாலோ
அழகிய தனிமையை
மேற்கண்ட இவற்றுடன் கேட்டு
அனுபவித்துக் கொள்ளுங்கள்
பிறகு நீங்களே அதற்கு
அடிமையாகிவிடுவீர்கள் !

இயற்கை வனப்பு

அதிசயம் என்பது இந்த உலகில் ஏழு தானா?

ஆழ்ந்து பார்த்தால் ஏராளம் உண்டு இயற்கையால்!

காதல் என்பது ஆணுக்கும் பெண்ணுக்கும் தானா?

காலையில் பார்த்தால் புல்லும் பனியும் முத்தத்தால்!

குளியல் என்பது மனிதனுக்கு மட்டும் தானா?

அப்பப்போ செடிகள் குளிக்கும் மழையால்!

நட்பு என்பது இங்கே நமக்கு மட்டும் தானா?

தனிமையான கரைக்கு தலை காமிக்க வரும் அலைகளால்!

பருவம் அடைவது நீயும் நானும் மட்டும் தானா?

செடிகள் அடையும் பருவம் பூக்கள் பூப்பதால்!

என் ஆத்திசூடி

அம்மா துணை

ஆ க்கபூர்வமாக வாழு

இ சையோடு இணைந்திரு

ஈ ட்டி போல் கூர்மையாகு

உ த்வேகம் பரப்பு

ஊ னம் பிழையல்ல

எ ப்படியும் வாழாதே

ஏ ராளம் படி

ஐ ந்தாறு முறை யோசி

ஒ ருதலை அனுபவி

ஓ யாமல் சிந்தி

ஔ டதம் பழகாதே

ஃ போல் தனித்திரு.

காதல் பூக்கள்

கவிதையே காதல்

அதுவும் ஒரு இன்பம்
கலந்த இன்பமே
காதல் செய்யாத
கல்லூரியில்.
உறுதியாய் வகுப்பில்
ஒரு காதல் ஜோடி
இருப்பார்கள்.
அவர்களின் முக்கிய
வேலையே
கட்டணம் இல்லாமல்
காதல் படத்தைக்
காமிப்பதே.
அவர்களுக்கே
தெரியாமல்
நானும்
என் நண்பர்களும்
அவற்றைக் காண்பது
வழக்கம்.
பின் அதைப் பற்றிய
விமர்சனங்கள்
அந்த விமர்சனத்தில்
சிக்கியவர்களில்
பெரும்பாலானோர்
திருமணமாகி விட்டனர்
காதலனை அல்ல

கணவனை !

காதலியை அல்ல
மனைவியை !
முதல் மதிப்பெண் எடுத்த
அவள்
சாலையில் நிற்கிறாள்

இடுப்பில் ஒரு குழந்தையோடு !
அழகி என்ற பட்டம்
பெற்ற அவள்
அழகான குழந்தைக்குச்

சளி சிந்திக்கொண்டிருக்கிறாள் !
ஆண்களையே பிடிக்காது
என்ற அவள்
பெற்றெடுத்தாள்

மூன்று ஆண் குழந்தையை !
யார் கிடைத்தாலும்
காதல் செய்யும்
அவன்
இன்றும் பெண்

தேடிக்கொண்டிருக்கிறான் !
ஏகப்பட்ட
பெண்களிடம்
பேசிக்கொண்டிருந்த
அவன்
மனைவியிடம்

ஊமையாக நிற்கிறான் !

இப்படி பூமி
சுற்ற சுற்ற
உலகம்
மாற மாறக்
கவிதை எழுதும் அவன்
மட்டும் என்னவோ
கவிதை வாழ்க
என மட்டுமே
எழுதிக்கொண்டிருக்கிறான்.

கண்டதும் காதல்

தலைகுனிந்து நடந்தேன்
எதிர்பாராமல் நிமிர்ந்தேன்
செடியில் பூத்த புதுப்பூப்போல் அவள் !

வார்த்தைகள் உளறியது
மோகம் பிறந்தது
மேகம் மாரியாக வந்து வாழ்த்தியது !

பெரிதாகப் பேசவில்லை
திட்டம் போட்டுப் பார்க்கவில்லை
இதுபோல் முன்பு நடந்ததில்லை
கண்டதும் விழுந்துவிட்டேன் அவளிடத்தில் !

காத்திருப்பில் அவன்

தாக்கும் கண்கள் அவள் பார்வையால்
பூக்கும் பூக்கள் அவள் பூத்ததால்
எங்கும் தேன்கள் அவள் இதழால்
சுவைக்கும் தேனீக்கள் அவள் கிடைத்தால் !

கத்தும் பறைகள் அவள் ஏற்றால்
எழுத்தும் உளறும் அவள் பேசினால்
மறக்கும் பாடங்கள் அவள் நினைவால்
மனப்பாடம் ஆகும் அவள் புத்தகம் என்றால் !

துரத்தும் தூறல்கள் அவள் தாகத்தால்
அடங்கும் தாகம் அவள் அருந்தினால்
அடிக்கும் அடைமழைகள் அவள் நெருக்கத்தால்
வேர்க்கும் பொம்மைக்கு அவள் பக்கத்தால் !

தவிக்கும் தாமரை அவள் மோகத்தால்
விளக்கும் எரியும் அவள் கூச்சத்தால்
ஈர்க்கும் உடல்கள் அவள் உவமையால்
துவங்கும் வாழ்க்கை அவள் பங்களித்தால் !

    ஒரு செடியில் பல பூக்கள்

யாரோ எதற்கு ?

நானாக இருந்தால் தான் என்ன?

மயக்கும் அந்தக் கண்களையும்

தொடுவதற்கு ஆசைப்பட்ட கைகளையும்

கிள்ள நினைத்த கன்னங்களையும்

காதோரம் ஒதுக்க நினைத்த முடிகளையும்

காலைத் தொட்டு மாட்ட நினைத்த கொலுசையும்

இன்பம் வந்தால் உன்னை என் மடியிலும்

துன்பம் வந்தால் உன்னை என் தோளிலும்

இன்றோ அல்லது யாரோ ஒருவர்

என்றோசெய்வாரென எதிர் பார்ப்பதற்கு பதிலாக

இப்படி சொல்லால் எழுதிக் கொடுத்து

ஆதாரம் கொண்ட என்னையே நீ

ஏற்றால் தான் என்ன?

அவளும் பூவும்

பூக்கள் இங்கே
அட காதல் அங்கே
பூத்து விட்டது இங்கே
பூத்தவள் அங்கே
பூவின் வாசம் இங்கே
அவள் வருவதால் அங்கே
தலை சாய்த்த பூ இங்கே
தலை குனிந்த படி அவர்கள் அங்கே
பூவின் மொழி புன்னகையில் இங்கே
அவர்களின் மொழி இதழில் அங்கே
பூவின் காதல் வாழ்த்து வண்டுடன் இங்கே
அவனின் காதல் வாழ்த்து அவளுடன் அங்கே!

அவள் எதிர்பார்ப்பில் அவன்

கவனங்கள் சிதறுவதால்
காதுகள் ஆகும் ஊமை
கண்டதும் காதலால்
கண்கள் எல்லாம் பெண்மை

பகல் முடிந்ததால்
இருள் ஆகும் கண்மை
அவள் வந்தாள்
நாட்கள் எல்லாம் பண்டிகை

வானம் அழுதால்
நிலம் ஆகும் தூய்மை
வாழ்வில் ஏற்றால்
வாழ்க்கை எல்லாம் புதுமை

இது அவளுக்குக் கிடைத்தால்
அவள் இதைப் படித்தால்
கிடைப்பாள் என்ற நம்பிக்கை.

அவள் நினைவால்

கல்லும் மண்ணும் நகரவில்லை
காதல் வந்ததும் புரியவில்லை

பறவை தரையில் பறக்கவில்லை
பார்வை பார்த்ததும் மறக்கவில்லை

பூங்கதவு திறக்காமல் தேனில்லை
பூத்துவிட்டாய் என்பதை நம்பவில்லை

வழிகள் தொடரும் முடிவதில்லை
வருவாயா என்று தெரியவில்லை

நெருப்பு தண்ணீரில் பற்றவில்லை
நீங்காத நினைவால் அவள் தொல்லை !

அவன் கண்ணில் அவர்கள்

படபடப்பு நின்றுவிட்டது
தைரியம் வழி நடத்தியது
கிளம்பிவிட்டான் சொல்வதற்கு !

விடியலை எதிர்பார்த்தான்
தொடங்கும் இரவில் !

எப்படியோ பொழுதானது
பூத்த புது பூவைப் பறித்தான்
புது வாழ்க்கைக்கு புறப்பட்டான்

பாதத்தை விரைவாக வைத்தான்
பார்த்தான் பார்க்கக் கூடாத ஒன்றை
அவள் வேறு ஒருவனுடன்
கைக்கோர்த்து நடப்பதை

பறித்த பூக்கள் நிலத்தில் விழுந்தது
அழகான அந்தக் காதல் ஆசை
ஆழமான கடலில் விழுந்தது.
கடைசியில் அவனுக்குக் கிடைத்தது
இரவில் அவளுக்காக மூடாத **கண்ணில்**
நீர் வீழ்ச்சிபோல் **கண்ணீர்** !

இதுதான் இளமை

பருவம் அடைவது தான்
இளமையின் வருகை !

காதல் வாழ்க்கை தான்
இளமையின் தொடர்கதை !

நட்பின் கூட்டம் தான்
இளமையின் பண்டிகை !

தயக்கத்தின் விடுதலை தான்
இளமையின் உரிமை !

உடல்களின் தூண்டல் தான்
இளமையின் வாழ்க்கை !

இரவுகளின் இம்சை தான்
இளமையின் பகை !

இதயத்தின் படபடப்பு தான்
இளமையின் உடுக்கை !

உணர்வுகளின் ஊஞ்சல் தான்
இளமையின் படுக்கை !

தடுத்தாலும் நிற்காதது தான்
இளமையின் கேளிக்கை !
காதலின் வாடிக்கை !

பெண் அவள்

பெண் அவள் பூப்போன்றவள்
வியர்வை துளிகளைச் சிந்தியவள்
பட்டாம்பூச்சிக்கு உணவளித்தவள் !

புத்தகத்தின் எழுத்துக்கள் அவள்
வாசகனின் உதட்டில் குடி இருப்பவள் !

யாருக்கும் தெரியாத மொழி அவள்
தனக்குள் பேசும் மௌனமொழி அவள் !

ஆச்சரியமூட்டும் அதிசயம் அவள்
அடடா சொல்ல வைக்கும் கவிதை அவள் !

தவறுகளில் கிடைக்கும் பாடம் அவள்
தடுத்தாலும் நிற்காத காற்று அவள் !

கனவைத் துரத்தும் நிஜம் அவள்
பருவத்தைத் துரத்தும் காதல் அவள் !

கூச்சம் கொண்ட நான் இதை மட்டும்
கூச்சமின்றி சொல்கிறேன் என் காதலி தான் அவள் !

காதல் குறிப்பு

காதல் ஆர்வம்

இதயத்தின் வேகம்
அடங்காத தாகம்
எப்போதுதான் தீரும்.
காதல் பற்றியபின் வரும் குறிப்புகள்
கண் இதழ்
முக்கிய தேடல்கள்
பூ செடி
முக்கிய உவமைகள்
அன்பே அழகே
முக்கிய சொல் முத்துக்கள்
என்னவன் என்னவள்
தொடங்கும் உரிமைகள்
இவை தான் காதல் புத்தகத்தில் உள்ள
குறிப்புகள்
இதைப் படித்தவர்கள் எல்லாம் இன்று
காதலர்கள்.

அவளும் சமூகமும்

இரவு நேர சாலைகள்
பெண்களுக்கு எதிரிகள்
காமத்திற்கு நண்பர்கள்
கடவுளும் குருடன் ஆன இடம்
கோவிலில் கற்பழிப்பு நடந்த
தருணம்.
பெண்ணியம் என்பது சமூகத்தின் மய்யம்
ஆதலால் பெண்ணின் இளமை
தாய்மை முதுமையென எல்லாம்
பாதுகாக்கப் பட வேண்டும்!

✽

காதல் வழி

மனிதனின் உள்ளம்
இரு விழி பார்வை
போல் அல்ல
ஒரு திசையை
நோக்குவதற்கு
அது பல வழி

நெடுஞ்சாலையே !
ஏனெனில்
விபத்துக்கள் சில
விபரீதம் சில
அழகான பூக்கள் சில
அசையாத கல் சில
சுதந்திரமான
பறவை சில
அடங்க மறுக்கும்
காற்று சில
இப்படி சொல்லி
கொண்டே போகலாம்.
ஆனால்
காதல் மட்டும் ஏனோ
ஒரே திசையைத் தேடுகிறது
ஏனெனில்,
அதை ஏற்படுத்துவது
இரு விழி
கொல்லும் பார்வை
அல்லவா !

ஆரம்பம் என்றால் முடிவு நிச்சயம்

அ தான் உயிரெழுத்தின் ஆரம்பம்

அந்த அ தான் அம்மா என்ற உறவுக்கு ஆரம்பம் !

துன்பத்தின் முடிவே இன்பத்தின் ஆரம்பம்
இன்பத்தின் முடிவே வாழ்க்கையின் ஆரம்பம்
வாழ்க்கையின் முடிவே வயதாக ஆரம்பம் !

இரவின் முடிவே பகலின் ஆரம்பம்
அந்த இரவில் தான் சில உறவுகள் ஆரம்பம் !

பகலின் முடிவே நிலவின் ஆரம்பம்
அந்தப் பகலில் தான் பறவைகளின் பயணம் ஆரம்பம் !

செடிகள் அழகே ! பூக்கிறது ஆரம்பம்
பூக்களைத் தீண்ட வண்டுகள் ஆரம்பம்
பூக்களின் முடிவு பறிப்பதே ஆரம்பம் !

ஆசைகள் அடங்க மறுப்பது பருவத்தின் ஆரம்பம்
அந்தப் பருவம் செய்யும் வேலை தான் காதலின் ஆரம்பம்
காதலின் முடிவே காமத்தின் ஆரம்பம் !

நாமும் காதலும்

நேற்று நட்ட செடிபோல
நேற்று பிறந்த நாம்.
செடியும் வளர்ந்து வயதடைந்தது
நாமும் வளர்ந்து பருவம் அடைந்தோம்.
மேகத்தில் பிறக்கின்ற மழைபோல்
பருவத்தில் பிறக்கின்ற காதல்.
மழையும் பொழிந்தது
மோகமும் பிறந்தது.
நாணயத்தில் இரு பக்கம்போல
நம் இளமையில் இது ஓர் பக்கம்
நம்மைத் தாண்டி நடைபோடும் வெட்கம்
இளமையில் எல்லார்க்கும் காதல் சிறகு விரிக்கும்
இதயத்தின் வேகம் படப்பட எனத் துடிக்கும்
இது ஒரு காதல் மயக்கம் !

ஏன் ?

ஒரு செடியில் பல பூக்கள்

காலம் காணவில்லை

கல்லூரி போதவில்லை
கல்வியும் திருப்தியில்லை
ஏன் ?
காதலும் சொல்லவில்லை
அதைக் காற்றும் திருடவில்லை
அதைக் கடலும் மூழ்கவில்லை
அதை நெருப்பும் அழிக்கவில்லை
ஆனால் அதைக் காணவில்லை
ஏன் ?
கூச்சம் விடவில்லை
தயக்கம் தீரவில்லை
பிறகு என்ன தான் அவன் நிலை
அதுவரைக்கும்
அவள் காத்திருக்கவில்லை.

சொல்லியிருக்கலாமா?

சொல்லாத காதலுக்கு
இரவு தானே சொர்க்கம்
கனவில் மட்டும் அவளுடன்
காதல் செய்யும் இன்பம்.

என் கண்கள் தினமும் பேசிட
என் மொழி காதல் மொழியானது
என் வாய் திறந்து சொல்லிட
அவள் முன் கூச்சம் முந்திச் சென்றது.

சொல்லி இருந்தால் இன்று
ஒன்றாய் நாம் இருவரும்
சொல்லாத பிழையால் இன்று
சேரவில்லை நம் திருமணம் !

காதல் பாடல்

பல்லவி:

அழகான பூவே
அதில் உள்ள தேனே
ஆத்தோரம் வண்டே
அலையுது பெண்ணே.

தேர் போலத் தானே
திருவிழா என்றேன்
காதல் என் கையில்
நான் தொலைந்தேன்.
பூப்போலத் தானே
தினமும் பூத்தேன்
வேர்போல நானே
உன்னில் நுழைந்தேன்.

பெண்ணே உன் காலடி தான்
என் காதல் தேடும் வழி !

அழகான பூவே
அதில் உள்ள தேனே
ஆத்தோரம் வண்டே
அலையுது பெண்ணே.

சரணம் 1:

பூ மரம் புயலில்
வாழ்ந்தால் என்ன ?
காதல் என்மேல்
கொண்டால் என்ன ?

பூ மரம் புயல் பின்
வாழ்ந்தே தீரும்
காதல் என்மேல்
வந்தே தீரும்.

இரு விழி... பார்வை போதும்
இருதயம்... இம்சை பண்ணும் !
இரு உயிர்... சேரும்போது
இடியுடன்... மேகம் வாழ்த்தும் !

பெண்ணே உன் காலடி தான்
என் காதல் தேடும் வழி !

அழகான பூவே
அதில் உள்ள தேனே
ஆத்தோரம் வண்டே
அலையுது பெண்ணே.

அதிகாலை பனி புல்
சேரும் முன்னே
அன்பால் நான் நீ
சேர்ந்தால் என்ன ?
அந்திமாலை நேரம்
சாயும் முன்னே
அழகே உனை நான்
அடைந்தால் என்ன?

ஒரு முறை.... பார்த்துப் போனால்
இரவினில்... உன் பிம்பம் தான் !
ஒரு நதியே தொட்டு சென்றால்
நதியினில் உன் வாசம் தான் !

பெண்ணே உன் காலடி தான்
என் காதல் தேடும் வழி !

அழகான பூவே
அதில் உள்ள தேனே
ஆத்தோரம் வண்டே
அலையுது பெண்ணே.

சின்னச்
சின்னக் காதல்

➢ **பா**ர்த்தவுடனே தெரிந்து விட்டது

காதலர்கள் என்று
எப்படி என்றால்,
அவர்கள் அருகில் உள்ள
இந்த அழகிய பூக்களை
தவிர்த்துவிட்டு
உலகை மறந்து
கண்ணாலே இருவரும்
புரட்சி மேற்கொள்கிறார்களே

அதனால் !

➢ **ஏ**தோ உலக அதிசயத்தை

பார்ப்பது போல
உன்னை நான் தினமும்
பார்க்கிறேன்
அதனால் கொஞ்சம்
உதவி செய்
நீ என் அதிசயமாய்

கிடைக்க !

➤ **தே**சிய கொடியும் உண்டு

மூவண்ணங்களில் !
கட்சி கொடியும் உண்டு
பல வண்ணங்களில் !
காதல் கொடியும் உண்டு
கருப்பு வெள்ளையில்
உன் விழியில் !

➤ **கா**தலி உள்ளவன்

காதலன் ஆகிறான்
காதலி இல்லாதவன்
நண்பன் ஆகிறான்.

➢ **எ**ன்ன செய்வது
படைத்தவனே சொன்னாலும்
இங்குள்ள பருவ காதலை
அடக்கி வைக்க இயலாது !

➢ **உ**ன்னைப் பார்த்த அன்று
பெருமைப் பட்டேன் நான்
பூமியில் குதித்ததற்கு !

உன்னைக் கடக்கும்போது
துள்ளிக் குதித்தேன் நான்
காற்றாய் பறப்பதற்கு !

கடைசியாக,
பகலிலும் தூங்கினேன் நான்
தினமும் கனவில் உன்னை
திருமணம் செய்வதற்கு !

> **உ**ன் இமைகளை இப்படியெல்லாம்

திறந்து காட்டாதே
வண்ணங்கள் நிறைந்த

வண்ணத்துப்பூச்சியும் !
வானில் தோன்றும்

வானவில்லும் !
தன் நிறத்தை மறந்து விட்டு
உன் வெள்ளை கருமை
விழியினை தூண்டில் போட்டு
தூக்கி கொண்டு போய்விடும் !

> **மி**கச்சிறந்த கவிதை
எது என்று சொல்லட்டுமா
உன் சொல்முத்துக்களே !

> **உ**ன்னைப் பார்க்கும் முன் வரை

சாதாரணமாகத் தான் வாழ்ந்தேன்
என்று உன்னைப் பார்த்தேனோ
உனை பற்றிய குறிப்புகளை
என் இதயத்திடம்
சொல்லிக்கொண்டே
கிடக்கிறேன்!

> **எ**ன் உயிரில்

உன் காதல்
கலந்து விட்டது,
நீ தான்!
உன்னிடம் தான்!
அன்பே
இனி உயிருள்ளவரை
உன் உயிரும்
என்னுள்ளே!

> **தொ**ல்லையில் தொல்லை
காதல் தொல்லை
அது அழகிய தொல்லை
தொல்லையில் எல்லாம்
தலை.

> **பா**தம் படாமல்
பாதை எப்படி
கண்கள் கதைக்காமல்
காதல் எப்படி..

➢ **ம**ண் வாசம்

பூ வாசம்
தீ வாசம்
தெரியாமல்
காதல் வீசும்
இது தானே
அவள் தேசம்
இமைக்காமல்
அவளிடம் என்
கண் பேசும்.

➢ **ப**துங்கி இருந்து

பசியை தீர்க்கும்
புலியைப் போல
பதுங்கி இருந்த
காதல்
பாய்கிறது
பருவம் வந்தவுடன்.

➢ **ப**டித்த கல்லூரியைக்

கடக்கும் போதெல்லாம்
அவளும் சேர்ந்து
கடக்கிறாள் என்
மனதில்.

➢ **உ**ன்னையே நான்பின்

தொடர்வதால்
நீ என்னைப்
பெண் பித்தன் என
நினைத்துக் கொள்ளாதடி
அதுபோல ஆசையை அடக்க
நான் புத்தனும் இல்லையடி.

> **த**ன் காதலனிடம் கூட

அவள் ரோஜா பூவை
வாங்கியதில்லை
ஆனால்
அப்பப்போ வாங்குகிறாள்
ரோஜாவை
பூக்கடைக்காரனிடம்!

> **க**ண்கள் காட்சிப்படுத்துவது

கண் முன் படுகின்ற
காட்சிகள் தானே
காதல் உற்றது
கன்னி அவள்
கண் விழி
இழுப்பதால் தானே.

> **பு**த்தகம் பிடித்தால்
வாசிப்பில் விழுவோம்
காலம் காதல் தந்தால்
காதலில் விழுவோம்.

> **தா**கத்தில் இருப்பவனுக்கு
நீரும்
பசியில் இருப்பவனுக்கு
சோறும் போல
இளமையில் இருப்பவனுக்கு
காதலும்
அதன் மீதான தேடலும்
அடங்க மறுக்கிறது.

➤ **ந**ட்பு தானே
காதல் வளர்க்கும்
முதல் படியே
அந்தக் காதல்
தோன்றினால்
கண் முன்
அவள் தான்
அதிசய
பகல் நிலவே !

➤ **தோ**ல் நிறம் வேறானாலும்
ஓடும் உதிரத்தின் நிறம்
ஒன்றே
ஆண் பெண் வேறானாலும்
இருபாலருக்கும் பிறக்கின்ற
காதல் ஒன்றே.

> **கா**தல் வாழ்க்கை

எல்லோர்க்கும்
வெற்றியில் சேராதே
பறப்பதால்
பட்டாம்பூச்சி
பறவையில் சேராதே!

> **ப**ருவத்தின் விருப்பமே

காதலின் தீபம்
மேகத்தின் பிம்பமே
கடலின் நீலம்.

➢ **க**னவில் கண்டேனடி
உன் முகம்
இதுவரை நான்
கண்டதே இல்லையடி
இப்படியொரு
சுகம்.

➢ **இ**வர்கள் மிகவும்
அதிர்ஷ்டசாலிகள்
இந்தக் காதல்
வலையில்
சிக்கிக்கொண்டு
சிரிக்கிறார்கள்.

➢ **ஆ**யுத எழுத்துக்குக் கூட
அரை மாத்திரை உண்டடி
இந்தக் காதல் காய்ச்சலுக்கு
மாத்திரை
எங்கே போய்த் தேடுவது
நீயே சொல்லடி.

➢ **பூ**க்களின் சிரிப்பில்
அழகை காணலாம்
அவளுடைய சிரிப்பில்
பூக்களே தோற்கலாம்.

➢ **இ**தயத்தின் வேகம்
நாளுக்கு நாள் ஏறுகிறது
எனவே
என்ன செய்வதென்று
தெரியவில்லை
அதனால் தான்
செய்தேன்
நாகரிகம் என்று
காதலை.

➢ **கூ**ந்தலை விரித்தாள் அவள்

ஆம்
அதன் பின்
உலகமே மாறிவிட்டது
அழகாய் !

❯ **க**ண்கள் சிந்தும்

நீருக்கு என்றும்
காரணம் வலிகளே
காதல் சிந்தும்
கவிதைக்கு என்றும்
காரணம் கண்களே.

❯ **உ**ன் பெயரையோ

உன் விழிகளையோ
உன் அழகையோ
உன் நிழலையோ
என்னைத் தவிர
யாரேனும் அடைவார்
எனில்
அப்பயும் விடமாட்டேன்
உன்னை அல்ல
என் காதலை !

> **பெ**ண் அடிமைபற்றி
பேசிக் கொண்டிருக்கும்
இச்சமூகத்தில்
நான் மட்டும்
ஆண் அடிமையாக
அவளிடத்தில்.

> **சொ**ல்லப்போனால்
காற்று மீதும் கூட
எனக்கு மிகப்பெரிய
கோபம் உண்டு
உனை தொடுவதால்.

> **தே**டும் பணி தீவிரம்
தொலைந்து போனது
வார்த்தை
அவள் முன்னால்.

> **கா**லையில் அவள்
முகம் கழுவ
தண்ணீராய் நான்
தவம் கிடப்பேன்.

> **பூ**க்களே அழாதீர்
>
> அழுதால்
> தேனை சிந்த
> நேரிடும்
> பின்பு இங்கே
> பட்டாம்பூச்சி வர
> நேரிடும்
> அப்படி வந்தால்
> எங்கள்
> காதல் கதையை
> ஊர் முழுக்க
> தூது சொல்ல
> போய்விடும்.

> **கி**ளையும் ஆடுதே
>
> மேகமும் கருக்குதே
> இது மழையின்
> அறிகுறி ஆரம்பமே.
> இரவில்
> நிலவும் வருதே
> கனவில் அவள்
> முகமும் வருதே
> இது காதல்
> அறிகுறி ஆரம்பமே.

> **ப**ருவச் செடியில் தானே
காதல் பூக்கிறது
படைத்தவனிடம் தானே
அதன் வேர் இருக்கிறது
எனவே நடக்க வேண்டியது
நடந்து விட்டது
இனி
தண்ணீர் ஊற்றி
அக்காதலை வளர்ப்பது
அவன் அவன்
திறமையே.

> **மு**தல் முதலில்
பூவில் உள்ள தேனை
பட்டாம்பூச்சி
ருசிக்கும்போது
பூக்கள் சற்று
புரியாமல் தான்
பார்த்திருக்கும்.

> **க**விதை எழுதுபவன்

காதலிப்பது கிடையாது
ஏனென்றால்
காதலிப்பவனுக்கு
கவிதை எழுத
நேரம் கிடையாது.

> **தெ**ன்றல் தொட்ட பூக்கள்

காதல் கொள்கிறது
ஆகையால் அது
வண்டை எதிர் பார்க்கிறது
வண்டு வந்தவுடன்
பிறந்த பலனை
அடைகிறது.

> **கா**தலர்களைப் பார்க்க

கடற்கரைக்கும் செல்ல
வேண்டாம், ஏன்
கண்ட கண்ட இடத்திற்கும்
செல்ல வேண்டாம்
நாம் செல்ல வேண்டிய இடம்
பூந்தோட்டம்
அங்கே உலகை கடந்து
காதல் ஆட்டத்தில்
வண்டுடன் பூக்கள்.

> **க**ண் விழி காட்டியது

காதல் வழி
இதில் நடக்க
பாதை இல்லை
அதற்கு என்ன வழி
தேடல் தேவையில்லை
அதுவே போடும்
புது பாதை
அது தான்
காதல் வேலை.

> **க**விதையாக நீ என்றால்

கற்பனையாக நான்
கடிதமாக நீ என்றால்
இப்படிக்கு நான்
கடைசியில்
வாழ்வின் எதார்த்தத்தில்
கானலாக நீ நான்
நாம்.

> **தா**ய்மை என்றால்

புலியும் பூனை ஆகும்
காமம் என்றால்
பூனையும் புலி ஆகும்
காதல் என்றால்
இவ்விரண்டுமே
நிலைக்கும்.

> **உ**டல்களின் ஏக்கமே

காதலின் தொடக்கம்
இதை ஏற்பதில் ஏன்
தயக்கம்
இது இயற்கையான
காதல் மோகம்.

> **வாழ்**க்கையில்

அவளோடு வாழ்வதற்கு
வாய்ப்பு உண்டா
எனத் தெரியவில்லை.
ஆனால் அதன் முன்
வாழ்ந்துவிட்டேன்
அவள் விழியன்
வழியில்.

சில

தத்துவம்

விடாதீர்கள்

விட்டு விடாதே !
விழுந்தாலும் சரி
வியர்வை வழிந்தாலும் சரி !
புயல் அடித்தாலும் சரி
புல் குத்தினாலும் சரி !
துன்பம் துரத்தினாலும் சரி
துயில் தீர்ந்தாலும் சரி !
உடல் மெலிந்தாலும் சரி
ஊர் பழித்தாலும் சரி !
தவறு நேர்ந்தாலும் சரி
தாய் திட்டினாலும் சரி !
விட்டு விடாதே !

காதல் வந்தாலும் சரி

காமம் கெடுத்தாலும் சரி !

பூ வீழ்ந்தாலும் சரி

சருகு பூத்தாலும் சரி !

சூரியன் குளிர்ந்தாலும் சரி

நிலவு எரித்தாலும் சரி !

பறவை நடந்தாலும் சரி

மனிதன் பறந்தாலும் சரி !

ஏமாந்தும் விடாதே

விட்டும் விடாதே

விடாமுயற்சியை !

வெறிபிடித்து வெற்றிக்கொள்

தலை குனிய வைத்தது
கண் நிலத்தைப் பார்த்தது
விரல்கள் தானாகப் பேசியது
தன்னை தானே திட்ட வைத்தது
தோல்வி கேவலமாகச் சிரித்தது
தோல்வியாளன் நடுக்கத்தை பார்த்து.

மனம் அங்கும் இங்கும் ஓடியது
வினாவுக்கு விடையைக் கண்டறிந்தது
விடைகள் விதவிதமாய் வித்தை காட்டியது
விடாமல் துரத்திக் கொண்டே இருந்தது
பாதையைத் தானே தயாரித்து பயணித்தது
நடக்க முடியாத இடத்தில் பறந்தது
சிந்தனையைச் சீராக்கி சிறகடித்தது
பட்டாம்பூச்சியை பின் தொடரும் பிள்ளைபோல
பின் தொடர்ந்த **வெற்றி** ஆம் வெற்றி அடைந்தது !

❖ **கே**ட்டதெல்லாம்

வாங்கி வழங்குவதற்கு
வாழ்க்கை ஒன்றும் நம்
தந்தையும் இல்லை
அளவு கடந்த
அன்பும் பாசமும்
தருவதற்கு
வாழ்க்கை ஒன்றும்
நம் தாயும் இல்லை.

❖ **தி**னமும் ஓடுவது

நாளும் நேரமும்
மட்டும் அல்ல
கூடவே
அலைந்து திரியும்
துன்பமும் தான்.

❖ **து**ன்பம் உன்னை
தூண்டினால்
தூரம் செல்லாதே
துணிந்து செல்.

❖ **கு**ழந்தை
இளமை
முதுமை
மூன்றும் உண்டு வாழ்வில்
இவற்றில்
இன்பம் உண்டு எதில்
சுகமான பிள்ளையில்லா
புதிரான இளமையிலா
மறதி வந்த முதுமையிலா
இதற்குச் சூத்திரம் ஏதும் இல்லை
சூழ்நிலைகளே
இன்பம் வரக் காரணம்.

❖ **த**னிமைக்கு
தாழ் இல்லை
இயற்கை வாசகன்
நிச்சயம் நுழைவான்.

❖ **சூ**ரியனையோ
நிலவையோ
கடிகாரம்
ஒரு போதும்
நம்பியதில்லை.

❖ **த**ண்ணீர் ஊற்றி வளர்க்க

வாழ்க்கை ஒன்றும்
செடி இல்லையே
வாழ்வதை தவிர
இங்கு வேறு
வழி இல்லையே.

❖ **ப**றவைகளை

காணவில்லை ஏன்

பறந்துவிட்டதா?
துன்பம்
துரத்துகிறதே ஏன்
வாழ்க்கையில்லையா?

❖ **கு**ழந்தையில் கேட்ட

கதைகள் எல்லாம்
சாமியும் பேயும்
கொண்ட கதையே ஆகும்.
இப்போது தான் தெரிகிறது
நம்முடைய
மூடநம்பிக்கையின் விதை
எங்கே இருந்து
விருட்சம் ஆனது

என்று !

❖ **க**வலைப்படாதீர்கள்

காற்று அடிக்கும்
வரையில் தான்
கிளையின்
ஆட்டமெல்லாம்.

❖ **ந**டந்து செல்வது
நடைப்பயணம்
என்றால்
நடித்துச் செல்வது
வாழ்க்கை பயணம்
ஆகும்.

❖ **பி**ச்சை எடுப்பவனுக்கு
ரூபாய் போட்டு விட்டு
சொன்னான்
பாவத்தில் ஒன்று
கழிந்தது.

❖ **நா**ங்கள் எப்படியும்
வென்றுவிடுவோம்
யாரும் எங்கள் பக்கம்
வேண்டாம்
ஏனென்றால், வலுவாக
வைராக்கியம்
எங்கள் பக்கம்.

❖ **வ**ந்தார்கள்
போனார்கள்
எங்கே
வாழ விட்டார்கள்
இந்த மனிதர்கள்.

❖ **ம**னிதன்

ஒவ்வொரு நொடியும்
மரணத்தைத் தாண்டியே
பயணம் செய்து
கொண்டிருக்கிறான்.

❖ **பி**றந்தபின்

எழுந்து நடக்கும்
குழந்தை எப்படியோ
வளர வளர
வாழ்க்கை
வாரி வாரித் தரும்
துன்பம் கூட
அப்படியே.

❖ **வாழ்**ந்து கெட்டவனே

தான் வாழ்ந்த வீட்டை
விட்டுச் சென்றாலும்
சிலந்தி ஒரு போதும்
விடுவதில்லை.

❖ **வாழ்**க்கை காயம்

கொடுத்தால்
நீ
பயந்து செல்லாதே.
பழத்தைக் கொத்தும்
பறவையால்
மரங்கள் காய்ப்பதை
நிறுத்தி விடாதே.

❖ **வெள**வால்களும்
கூட
கனவு காணுமாம்
எனவே நாம்
மனிதன் அல்லவா
கனவை மட்டும்
காணாமல்
நிஜமாக்குவோம்.

❖ **கா**டுகளில்
செடி வளர
மறுத்து விட்டால்
புலி பூவை
உணவு பட்டியலில்
சேர்த்து விட்டது
என அர்த்தம்.

❖ **ஒ**ன்றுமில்லை
காலை வந்துவிட்டது
உலகம் தயாராகிறது
அதே புத்தியுள்ள
மனிதர்களிடையே.

❖ **கி**ழக்கில்

சூரியன் உதிக்கும்
என்றால்
ஆச்சிரியப் பட
ஒன்றுமே இல்லை
வாழ்க்கையில்
தோல்வியும்
அதுபோலவே.

❖ **எ**ன்றும் வாடாமல்

தினம் தினம் மனக்கிளையில்
புதிதாக மலர்கின்ற
நினைவு என்கிற பூவே
தனிமையில் இருப்பவனுக்கு
தனித்தீவு நீயே.

❖ **வ**ரப்போகும் நாளைக்கு

வருத்தம் கொண்டு இருப்பது
வரப்போகும் மழைக்கு
வரும் முன்னே
குடை பிடிப்பது போல்
ஆகும்.

சமூக

அக்கறை

❀ **சி**ல உயிர்கள்
பசிக்காக ஏங்கும்போது
இங்கே
சில உடல்கள்
பசிக்காக அலைகிறது.

❀ **கை**க்கால் இல்லை
எனவே நடக்கவில்லை
அதனால் வேர்க்கவில்லை
ஆனால் இளைத்து கொண்டே
வருகிறது மரங்கள்
காடுகளில்.

❀ **ஓ**ய்வு இல்லாமல்

எந்நேரமும் புகைமூட்டம்
புகை சுதந்திரமாக
திரிந்தாலும்
அதை விடுபவன்
சற்று நடுக்கத்துடனே
பிடிக்கிறான்
தேநீர் கடை சந்தில்.

❀ **மீ**ன்களே உங்களுக்கும்

தேவை தான்
நீங்களும் கூட
குரல் தரலாம்
காவேரிக்கு.

❀ **செ**டிகள் குளித்ததோ
 மழையால்
 புகைப்படம் எடுத்ததோ
 மின்னலால்
 விட்ட மழையோ மீண்டும்
 கிளையால்
 இவையாவும்
 இயற்கையின் அறிவால்!

❀ **ப**ல பேர் போகிறார்கள்
 பல பேர் வருகிறார்கள்
 யாராவது நம்மிடம்
 பேசுவார்களா
 என்ற ஏக்கத்தில்
 சாலையோர செடிகள்.

❀ **அ**வன் தந்தை அன்று
அடிமையாக வாழ்ந்தான்
இவன் இன்று
அதிகாரத்தில் இருக்கிறான்
எனவே
நிஜமாகிவிட்டது
நியூட்டனின் மூன்றாம் விதி.

❀ **நீ**லம் மேலே பார்த்தால்
அதன் பெயர் மேகம்
பூவும் கீழே விழுந்தால்
அதன் பெயர் மரணம்.

❀ **வா**ழும்போது

குடிசை கூட இல்லாத
அவனுக்கு
இறந்த பின்
சொந்தமாகத் தனி அறை
ஓய்வு நிலையில் அவன்
கல்லறையில்.

❀ *சா*தி அழிவே சுதந்திரம்

எனப் பேசிய
அம்பேத்கரும்
தெருத் தெருவாக
பெண் சுதந்திரம்
பேசிய பெரியாரும்
சுதந்திரமாக
அமர முடியவில்லை
சாலை ஓரம்.

❀ **தமிழ்நாடு** ஓர் பார்வை

நாணயத்தின்
இரு பக்கம்போல்
அதன் நிலைமை
காவிக்கும் கருப்புக்கும்
தாமரைக்கும் வெங்காயத்திற்கும்
என்றும் தொடரும்...

சில
ஹைக்கூ...

★ சூரியனின் தொழிலை
  பின் தொடர்கிறது
  நடைபாதை விளக்கு.

★ விலாசம் தெரியா ஊர்களுக்கு
  நடைபாதை கடையின்
  பெயரே வழி.

★ இறுதி ஊர்வலம் முடிந்தாலும்
  சாலையில் வீசிய பூக்கள்
  இறந்தவனை சொல்கிறது.

✪ இரவில் மட்டும் உயிர் வாழும்
அதிசயம் இது
தெரு விளக்கு.

✪ அவனும் அவளும்
அவர்களாக ஆகும்
நேரமே காதல்.

✪ நான்கு கால்
மனிதன்
குழந்தை.

✪ கருப்பு சட்டைக்காரர்
   கோவிலுக்குள்
   சிலை.

✪ குடும்பமே தலை குனிந்தது
   தொலைக்காட்சியில்
   உள்ளாடை விளம்பரம்.

✪ இப்படியொரு வாழ்க்கையா
   அரச மரத்தடியில் அசையாமல்
   பிள்ளையார்.

✪ நேற்று கண்ணாடிப் பெட்டியில்
இன்று கால் மிதியில்
செருப்பு.

✪ பச்சை பச்சையாகப் பேசுகிறார்கள்
மனிதர்கள்
நிறம் மாறும்போது.

✪ பட்டாம்பூச்சி
அதிசயம் தான்
நகரத்து சிறுவனுக்கு.

✪ கடலுக்கே தண்ணீர்
காட்டுகிறது
மழை.

✪ மேகம் என்பது
பக்கம் தான்
பறவைக்கு.

✪ மணல் வீடு என்பது
மாளிகையே
கட்டிய சிறுவனுக்கு.

✪ இளம் வயதிலே தடியோடு
   ஆடு மேய்க்கும்
   இளைஞன்.

✪ வேர் என்பது
   ஆதாரம் தான்
   கம்பீரமான மரத்திற்கு.

✪ பத்து ரூபாய்க்கு இந்தியாவை
   விற்றுக்கொண்டிருக்கிறான்
   கடைக்காரன்.

✪ இரு அடியில்
கவிதை
திருக்குறள்.

✪ முதல் வெட்கம்
பிறந்தபோது
நிர்வாணம்.

✪ தேர்வில் கேள்வி பதில்
தூங்கிக் கொண்டிருக்கிறது
மூளை.

✪ 5 பேனா 20 ரூபாய்
விற்றுக்கொண்டிருக்கிறது
எதிர்கால இந்தியா.

✪ இன்பமும் துன்பமும்
ஒரே அறையில்
விபச்சாரம்.

✪ மாலை யாருக்கு
என்று போராட்டம்
கருவறைக்கும் கல்லறைக்கும்.

✪ இரவில் மின்னும் மின்மினிகள்
மின் கட்டணம் என்றும்
கேட்டதில்லை.

✪ துக்கம் நிறைந்த வீட்டில்
நிம்மதி நிலையில் ஒருவன்
இறந்தவன்.

✪ இரவுகளில் நடை முடிந்தாலும்
நடைபாதை விளக்கு
அணைவதில்லை.

✪ அவள் அருகில் அமர்ந்தாள்
பொம்மைக்கும்
வியர்க்கும்.

✪ வேலில் இறங்கியவுடன்
கண்ணீர் விடுகிறது
எலுமிச்சைப் பழம்.

✪ நிர்வாணத்தை உணர்ந்து
எந்நேரமும் நீரின் உள்ளே
மீன்கள்.

---

* இளமையை முதுமை ஆக்குகிறது
மார்கழியின்
உடல் நடுக்கம்.

* இரயிலிடம் எச்சரிக்கை
புகை விடுதல்
புற்று நோய் ஏற்படுத்தும்.

* எறும்பே வலி இல்லாமல்
ஊசி போடக் கற்றுக்கொள்
பல நாள் உயிரோடு இருப்பாய்.

✪ தேர்வு நாட்களில் அதிகாலையும் நடுஇரவும்
அப்பப்போ கண் முன் காட்டுகிறது
நரகத்தை.

✪ மழை நேரங்களில்
பூக்களின் வாசனையை முந்தி விடுகிறது
மண் வாசனை.

✪ வெங்காயம் கூட வெட்டாத
அய்யனார் கையில் இருப்பதோ
அரிவாள்.

✪ காற்றில் மெல்ல ஆடும்
மரக்கிளைக்கு தான் தெரியும்
இலையின் இன்பங்கள் எல்லாம்.

✪ இறந்தவர்கள் வீட்டிற்கு
கூட்ட கூட்டமாக ஆழ்ந்த இரங்கலை
தெரிவித்து வருகிறது ஈக்கள்.

✪ வெள்ளைத் தாளில் கருப்பு எழுத்துக்கள்
திறக்கிறது புது உலகத்தை
புத்தகம்.

★ கோபத்தில் சூரியன்
அழத் தொடங்கியது மேகம்
கோடைகால மழை.

★ ரேசன் கடையில் சர்க்கரை வாங்க வந்த
ஆண் பெண் வரிசை நேராக இல்லை
எறும்பு வரிசையைத் தவிர.

★ வீட்டில் ஒரு வேலை கூட
செய்யாத அவள் துணி துவைக்கிறாள்
விடுதிக்கு நன்றி.

✪ உலகம் சுற்றும் பறவைக்கு
மரக்கிளை தான்
ஓய்வெடுக்கும் மாளிகை.

✪ வியர்வை சிந்தும் பூ
பட்டாம்பூச்சிக்கு பிடிக்கும்
தேன்.

✪ ஊரில் உள்ள
எல்லா பெண்களுக்கும்
காதலன் ஆகிறான் பூக்கடைக்காரன்.

✪ சுற்றிக் கொண்டே இருந்தாலும்
நின்றபின் தலை சுற்றாமல்
பார்க்கிறது மின்விசிறி.

✪ காற்றில் காகிதம் தான்
பறக்குமே தவிர
எழுத்துக்கள் அல்ல.

✪ எந்நேரமும் புடைத்த
நரம்புகளுடன் காட்சியளிக்கிறது
இலைகள்.

✪ அமைதியான தேர்வறை அரங்கேறிய இசை
மேஜை மீது மாறி மாறி வைக்கும்
எழுதுகோலின் ஓசை.

✪ கானகத்தில் என்றும்
ஆடல் பாடல் தான்
குயிலுக்கு மயிலுக்கு.

✪ மழையே நீ என்ன குழந்தையா
பின் ஏன் விடாமல்
அடம்பிடித்து அழுகிறாய்.

✪ யாரும் உள்ளே வரக் கூடாது என
வேலி அமைத்த வீட்டில்
பிளந்து கொண்டு வந்தது புல்.

✪ ஓடிக் கொண்டே இருக்கிறது
கடிகாரம்
பரிசு எங்கே?

✪ மறதி பற்றிய கட்டுரை
நியாபகம் வருவது
தேர்வறை.

✪ சாலை விபத்தில்
மூளை சிதறி மூவர் பலி
அச்சுறுத்தும் வாழ்க்கை.

✪ தேம்பி தேம்பி
அழுதபின் அமைதி
புயல்.

✪ முக்கியமான செய்தி
தொலைக்காட்சியில்
முக்கிய செய்தி.

✪ என்ன எழுதுவதென்று தெரியவில்லை
சரி வாசியுங்கள்
இதுவும் கவிதை தான்.

✪ என்ன ஒரு ஆச்சரியம்
அடிப்பதை சுகமாக
ஏற்கிறோம் காற்று.

✪ சாலையோர உணவகம்
கடவுளிடம் வேண்டுகிறான்
மழை வராமல் இருக்க.

✪ சுற்றி யாரும் இல்லை
உறுதிப்படுத்திக்கொண்டு
முகம் கழுவினாள்
பிரபல நடிகை.

✪ இதயத்தின் ஓசையெல்லாம்
இன்னிசையாக ஒலிக்கும்
காதல் வந்தால்.

✪ நீளமான வானில்
வட்டத்துள் வாழ்கிறது
நிலா.

★ கேளுங்கள் கொடுக்கப்படும்
தட்டுங்கள் திறக்கப்படும்
முயற்சி.

★ உனக்கான
எல்லா கடிதத்திலும்
இப்படிக்கு நான்.

★ ஒவ்வொரு மழைத்துளியும்
கடலுக்கு முக்கியம்
தான்.

✪ அறிவை
இலவசமாகத் தருகிறது
நூலகம்.

✪ அடக்க நினைத்தால்
நீ அடங்க மறு
அதில் தவறில்லை.

✪ மரக்கிளையின் நடனம்
காரணம்
காற்றின் இசை.

இதில் உள்ள பூக்கள் சிலருக்கு அழகாகத் தோன்றிருக்கலாம்,
சிலருக்கு சருகாகத் தோன்றிருக்கலாம்.

'அழகாக நினைத்தவர்களுக்கு அடுத்த தொகுப்பில்
கூடுதலாகத் தேனை சுரந்து தருகிறேன்.'

'சருகாக நினைத்தவர்களுக்கு அடுத்த தொகுப்பில் அழகான
புது பூவாய் பூத்து காட்சியளிக்கிறேன்.'

நன்றியுடன்

பொன்.கலையரசன்